# அடர்காடும் பெருமருதமும்

AF111196

கா பெரியசாமி

Copyright © K Periyasamy
All Rights Reserved.

ISBN 978-1-63850-679-9

This book has been published with all efforts taken to make the material error-free after the consent of the author. However, the author and the publisher do not assume and hereby disclaim any liability to any party for any loss, damage, or disruption caused by errors or omissions, whether such errors or omissions result from negligence, accident, or any other cause.

While every effort has been made to avoid any mistake or omission, this publication is being sold on the condition and understanding that neither the author nor the publishers or printers would be liable in any manner to any person by reason of any mistake or omission in this publication or for any action taken or omitted to be taken or advice rendered or accepted on the basis of this work. For any defect in printing or binding the publishers will be liable only to replace the defective copy by another copy of this work then available.

# பொருளடக்கம்

முன்னுரை v

1. இந்திர அகவல் 1
2. வாசிப்பை நேசிக்கின்றாள் வற்றாத தேன்மொழியில் 4
3. புத்தி புகட்டும் 5
4. நல்ல தேவையான தேடல் 6
5. பாவாணர் செய்த பகட்டு 8
6. பாரதி 9
7. புரட்சி 11
8. அம்மா 12
9. ஜெய் ஜெய் தேவேந்திரா போற்றி போற்றி 13
10. முயற்சி 15
11. சாதி வேண்டும் 16
12. ஆகாயம் சாயாமல் தூவானம் ஏது ஆரோடும் 17
13. வித்தகனின் கையிலே விளைநிலம் 18
14. உடையம்மாள் உதிர்த்த தமிழ் 21
15. ஏமாந்த வீரமும் ஏமாற்றிய திராவிடமும் 25
16. எழுற்சியற்ற எழுபத்தி மூன்று 27
17. கூன் முதுகு 29
18. தீண்டாமை 31
19. பத்தறிவு 32
20. விளைநிலம் 33
21. காட்டுக் கருப்பபர் 34
22. தடை தாண்டும் தொடரோட்டம் 36
23. ஐந்திணை 37

# பொருளடக்கம்

| | |
|---|---|
| 24. சீரகம், கருஞ்சீரகம் | 40 |
| 25. ஒவ்வொன்றுக்கும் ஒரு பரிணாமம் உண்டு | 42 |
| 26. பாரம்பரியம் தேடி ஓர் புதுப் பயணம் | 43 |
| 27. ஆண்டாள் | 46 |
| 28. தாய் ஓர் தவம் | 47 |
| 29. மருதன் குடியின் மகத்துவம் | 49 |
| 30. செல்லன் பூசாரி | 50 |

# முன்னுரை

இந்திய தேசிய ராணுவத்தில் அங்கம் வகித்த வெள்ளையன்
எனது பாட்டன் அவர் புதல்வன்
இராமன் என் தாத்தா
சாத்தி என்ற சாத்தாயி
என் அம்மாச்சி
என் அம்மா உடையம்மாள் எனது தந்தை சி காளிமுத்து
எனது பெயர் கா பெரியசாமி என் மனைவி தேவி
மகன் யோகேசு
சிரியவன் குகனேசு
நான் காளாடி வகையரா
குடும்பன்புறத்து வகையரா
எனது தொழில் உழவு
நான் கடைசி உழவன்
முதல் வியாபாரி
தே களத்தூர் கிராமத்தின் புத்திரன்
ஜெய் இந்திரா டிரேடர்ஸ்
179 பாலாசி கார்டன்
சியோ டவர் எதிரில்
பொன்னகர்
காரைக்குடி

# 1. இந்திர அகவல்

கார்காத்த வேந்தனுக்கு
கசிகின்றேன் தய்த் தமிழில்
வேர்விட்டு வளர்ந்து
நிற்கும் வேளாளன்
குடியே போற்றி
போகியாய் வந்தவனே
புத்துயிரின் நாயகனே
பழையன கழித்து
புதியன புகுத்திய
புத்துயிரே வித்ததகமே
போற்றி போற்றி
ஐவகைநிலம் பிரித்து
அரசாண்ட பெருங்குடிக்கு
ஊன்டுகோலாய் உடன்பட்டு
தூண்டுகோலாய் துணைவருவாயே
வையத்தை வாழவைக்க
வளம்சேர்த விதை விதைத்து
நெல் தந்த நேசனே
நீயெனக்கு கோவிலையா
உன்னைத் தொழுது நிற்க
உடன்பட்ட மக்களுக்கு
எல்லா வளமும் தந்து
இடர்நீக்கி அருள்தருவாய் நீ

இந்திரவிதானம் தந்த
மந்திர மரபே போற்றி
கார்காத்த வேந்தே போற்றி
கலப்பை தந்த காரே போற்றி
போகிப் பெருந்தகையே போற்றி
பூவுலகம் போற்றும்
வேந்தே போற்றி
உழவனுக்கு உற்ற தோழா
உயிர்காத்த தேவதேவா
தேவேந்திரத் திருவாய் நின்று
உலகாளும் உமையவள் பாலா
வேந்தன் மரபே தீம்புனல் உலகாம்
மாந்தனுக்கே மாந்தனாய்
மண் மலர்ந்த வேந்தே போற்றி
காந்த புழங்கள் கண்டுணர்ந்து
கசிவாய் மழையாய்
பூமிப் பந்தின்
மேன்மை வேண்டி
புறப்படுவந்த தேவதூத
ஆமை ஐந்தை
அடக்கியாண்ட வேந்தே
ஐவகை நிலத்தை
பிரித்தாற்கொண்ட மரபே
வேந்தைப் படைத்த
வித்தகத் திருவே
எம் பூமிக்கு வந்த
கற்பகத் தருவே

காலம் கடந்தும்
சீலம் காப்பாய்
ஞாலம் போற்ற
வேலனைத் தந்த
வித்தகத் திருவுக்கு
சம்மந்தியாய்
தெய்வானையைத் தந்து
வேந்தர் குடிக்கு
திங்கள் முகத்தாளைத் தந்த
தவசே போற்றி
ஈசன் மகனின் நேசக் குறவா இந்திரக் குடிக்கே மந்திர மறவா
வில்லும் அம்பும் வேலவன் உடமை
வென்றதைப் போற்றும்
பண்பதே வேந்தன்
திருவின் மாண்புமிகு மரபு
ஏரும் போரும் என் குல மரபே
மல்லும் சொல்லும்
மாறாது செய்தாய்
உன்னைத் துதிக்க
உவகை கொண்டேன்
கண்ணைக் கசிய
வேண்டிக் கொண்டேன்
தாழ்ந்து கிடக்கும்
வேளான் குடியை
நிமிர்த்திப் பிடிக்க
நீ

# 2. வாசிப்பை நேசிக்கின்றாள் வற்றாத தேன்மொழியில்

ஆண்டாள் பாசுரத்தை
அடிக்கோடிட்டு
தேன்பா குலைத் தமிழையே
தேடிப் படித்தாள்
அரங்கனையே ஆற்கொண்ட
ஆண்டாளின் திருவிளையாடலின்
தீந்தமிழ்ச் சுவையை
சுவைதாள் மாது
பொழிலுறும் கவியில்
புகுத்திய தமிழை
தவமெனச் சுவைத்து
வாசிப்பை நேசித்தாள்
வாஞ்சையோடு
வற்றாத் தமிழே
தாமரைத் தண்டாய் நீ
ஓங்கி உயரும் ஒப்பற்ற
வித்தகிதான்
உனைப்போல் நானும்
உயரவே ஆசை
வாசிப்பை நேசிப்பேன்
வற்றாத தமிழ்
பொற்றாமரைக் குளம்போல

# 3. புத்தி புகட்டும்

புத்தி புகட்டும்
பூமிப் பந்தின்
உச்சிமுகர்ந்த
உயரிய தொழில்நுட்பம்
தாய்மைத் தவத்தை
தகுதியிழக்கச் செய்த
நுன்னிய தொழில்நுட்பம்
பாரம்பரியத்தைப்
பதவிநீக்கம் செய்த
கைபேசிக் கலாச்சாரம்
தாய்மையைக் கூட தகுதிநீக்கம் செய்துவிட்டது
சாய்ந்து கிடக்கிறது
நாளைய சரித்திரம்
ஓயாது உமிழ்கிறது
ஒய்யார ஒளிநாடா
கைபேசி காட்டுகிறது
சூடான ஓர் சுடர்

# 4. நல்ல தேவையான தேடல்

ஏருகோல் ஏன் பிடித்தேன் இயன்றவரை உழுதுவிட்டேன்
பாருகோல் செழித்திடவே பஞ்சம் பசி போக்கிடவே
ஊர்க் குடும்பு முறைகண்டு உலகாண்ட வேந்தன்குடி தேவேந்திர
திருவாகீய வேளாள வேந்தன்குடி
ஏரும் களப்பையெல்லாம்
இயந்திரக் கலப்பையாச்சே
எல்லோரும் செய்கிறான் உழவு
உழவைக் களவு செய்து
ஒய்யார வாழ்கை வாழும் நவீன உழவர்களே உணர்வீரே
உழவன் தாழ்ந்ததற்கு
தார்மீகப் பொருப்பேர்பீர்
பட்டியாட்டுக் கூட்டம் போல
பட்டியலில் அடைபட்ட பட்டியல் வெளியேற்றத்திற்கு
கைகொடுப்பீர்

தனித் தமிழ் இயக்கம்
வேண்டும் தார்மீக
உரிமை வேண்டும்
பாவாணர் நல்வழியில்
படைத்திடுவோம் தமிழ்தேசம்
ஏரும் கலப்பை பிடித்தவன் நான்
எழுதுகோலை ஏன் பிடித்தேன்
பார்கோலும் நல்லுலகை
படைத்திடவே நான் பிடித்தேன்

வாடா தமிழா வா

வாஞ்சையோடு புறப்படு

நெஞ்சை நிமிர்த்தி

போர்தொடுக்க

தமிழ் நிலமடந்தை வழிகாட்ட

வஞ்சகத்தைத் துடைத்தொழித்து

வாகை சூடும் நாள் விரைவில்

தூங்கிக் கிடக்கும் தமிழா துடித்தெழும் நேரமிது ஏங்கிக் கிடக்கும்

என் தமிழ்த்தாய் எழுற்சியோடு என்னுடன்வருவாள்

# 5. பாவாணர் செய்த பகட்டு

தமிழ் தேடிய தவம்
தனித்தமிழ் வரம்
எஞ்சிய ஆரியம்
மிதமிஞ்சிய திராவிடம்
மீட்டெடுக்க முடியாத
தலித்தியம்
சுதந்திரச் சுவாசம்
தேடி நான்
இறவாப் புகழெய்திய
மருதநிலச் சரித்திரம்
இறந்த இரகசியம் தெரியாது
பாடுபட்டுத் தேடிய
பகட்டுச் சுதந்திரம்
கேடுகெட்ட மனிதர் கையில்
கூடுவிட்டுக் கூடுபாய்ந்த
சுதந்திரச் சுவாசம்
ஊசலாடிய உயில்
கேடுகெட்டவன் கையில்
கீழ்படிந்து கிடந்தது
கீழடிபோல்
கால் ஒடிந்த குதிரையென
நாட்டியம் ஆடுகிறது
நாட்டாமை வீட்டில் தமிழ்

# 6. பாரதி

பாரதிரப் பாக்கள் தந்த
பாவளன்
தமிழ்ப் பாக்களின் தலைவன்
தாமரைத் தண்டாய்
நீண்டு சுருங்கும்
ஒப்பற்ற உயர்கவி
கவிதைக்கு கவி விதைதந்த வித்தகன்
காலனுக்கு மிதிதந்த உத்தமன்
எத்தர் கூட்டம் எத்தனையோ
வித்தகங்ள் செய்தபோதும்
சமூகச் சாக்கடையை சுத்திகரிக்க
வந்த சுவிகாரப் புத்திரன்

இமயம்முதல் குமரிவரை சுததந்திரச் சுவாசம் வேண்டி ஆயுதம்
ஏந்திப் போர்தொடுத்தவர்கள் மத்தியில்
அறிவாயுதமேந்திப் போர்தொடுத்த
வித்தகன்
கவிப் புத்தாக்கமிக்க
புத்தகன் தமிழ்ப் புத்தகன்
வறுமைக்கே வாய்கரிசி
போட்டவன்
வாடா மலரென வாழ்ந்தவன்
கேடாய்ப் பிறந்த
மூட வெள்ளையனை

ஓடத் துரத்திய உத்ததமன்
தமிழ்ப் பாட்டாய்
விதைத்த பள்ளவன்
ஆம் எழுது கோலில்
ஏர்ப்பூட்டிய வள்ளவன்

# 7. புரட்சி

அடக்கியாண்ட எதுவும்
வெடித்துச் சிதறும் எருக்காய்
காற்றிடை கலந்தே
வேற்று மண்ணிலும் விழுமே விதையாய்
புரட்சி

# 8. அம்மா

உலகின்
ஒருவார்த்தைக் கவிதை
அம்மா
சேவை
மலம் கழுவிய
மறுநொடியே
மழலை கொஞ்சும்
மகத்துவம் கற்றவள்
அம்மா மட்டுமே
வேற்றுமை
மகள் வேறு
மருமகள் வேறென்று
பாகுபாடு பார்க்கும்
எந்தத் தாய்க்கும்
அடைக்கலம் தருவது
அனாதை இல்லமே
விருந்து
உறவுகள் தேடும்
உணர்வுகள் நமக்கு
கதவுகள் போலே
விருந்தோம்பல்

# 9. ஜெய் ஜெய் தேவேந்திரா போற்றி போற்றி

கா கருப்பையா என்ற
தினேஷ் மள்ளர் கைபிடிக்கும்
காரிகை க காளீஸ்வரிக்கும்
வாழ்த்துப்பா வடிக்கின்றேன்
தூவும் தூரலிலே
துடித்தடங்கும் நீர்க்குமிழ்கள்
ஆசைகளும் அதுபோலே
அடுத்தடுத்துப் பிறப்பெடுக்கும்
வேந்தன் மரபுவழி
வித்தகம் செய்பவந்த
மள்ளர் குடி மகத்துவமே
மாமாங்க பொக்கிசமாய்
மாற்றம் செய்ய வந்தவனே
போற்றிப் புகழ்பாட
பொக்கிசமாய் என் கவிதை
வித்திட்ட நின் செயல்கள்
வெற்றிக் கொடி பறக்கும் நாளை
வாழ்துக்கள் நான் பாட
வாகை சூடும் நாள் வருமே
ஓங்க உயர்புகழும்
ஒப்பற்ற நின் தாகம்
மாண்பு காக்கவேண்டும்

*மறுமழர்ச்சி ஓங்கவேண்டும்*
*தாம்பதியர் நீவீர்*
*தரணிபோற்ற வாழ்வீரே*

# 10. முயற்சி

முயற்சியென்பது
ஓடுடைத்து உலகைக்காணும்
குஞ்சுகள் போன்றது
துடித்தடங்கும் தூரிகையில்
ஓவியம்கூட உயிர்பெறும்
ஓயாது செய்யும் முயற்சியில்
உலகமே வசப்படும்
எட்டா உயரத்தையும் தொட்டுத்
திரும்பலாம்
விடாமுயற்சியெனும்
விதையைப்
புதைத்துப் பார்
முயலும் ஆமைதான்
வெற்றிபெறும்
முயலாமை ஒருபோதும்
வென்றிடாது
அஞ்சாமை வேண்டும்
அறியாமை கூடாது
வெள்ளாமை விதைத்தவன் விதைத்ததெல்லாம்
விடா முயற்சியே

# 11. சாதி வேண்டும்

சாதிக்கத் தூண்டிய சாதி வேண்டும்
எம் முன்னோர் சாதனையே சாதியாகும்
மதங்கள் வேண்டும்
நல்ல மார்க்கம் தேடுவோர்கு
மதங்கள் வேண்டும்
வேற்றுமை விதைக்கும்
மானுடப் பதர்கள்
காவியம் இயற்றாது ஒருபோதும்

# 12. ஆகாயம் சாயாமல் தூவானம் ஏது ஆரோடும்

நீரோடும் ஓடம்போல்
நிலையில்லா வாழ்வும்
துணை தேடும் துடுப்பாய்
தூய நட்பே தொடரும்
பெருநதியாய்
அகவும் மயில்க் கூட்டத்தூடே
ஆர்பரிக்கும் அருவியொன்று
நறுமுயல் நடம்பயின்று
தத்திக் குதிப்பதுபோல்
தகிக்கிறதே என்மனது
தண்டு நீண்ட தாமரை போல்
தடாகம் தேடும் என் மனது
சிதரிய சிறுதுளியில்
பதரியே மீன்கள் ஓடும்
ஓடிய மீனின் வாலில்
ஓசையூட்டி ஓடியடங்கும்
ஓடைநீர்
நன்றியின் பெருக்காய்யோடி
நளினமாய் கவிதைபெசும் கயல்

# 13. வித்தகனின் கையிலே விளைநிலம்

*விளைவிக்கத் தெரிந்தவனுக்கு*
*விலைவைக்கத் தெரியவில்லை*
*இன்றும் கிழக்கில்த்தான் உதிக்கிறது சூரியன்*

*ஆண்டகுடி அடிமைத்தனம் உணர்ந்து*
*மீண்டெழும் நேரமிது*
*மீட்டெடுப்போம் நம் தமிழ் மரபை*

*போகியவன் புகழ்பாடி*
*புத்துணர்வு அதில்த்தேடி*
*இந்திர இதிகாசம் எடுத்தியம்பி*
*மந்திர மகிமை சேர்ப்போம்*
*மானுடத்தின் வழிகாட்டியாக*

*இயற்கையும் எம்கடவுள் இந்திரனும் எம்கடவுள்*
*வந்தாரை வாழவைத்த வான்தமிழும் எம்கடவுள்*
*இல்லாரை உயர்த்திவிட்ட எம் முன்னோரும் எம் கடவுள்*
*கார்கசிந்த இந்திரனை கடவுளாக நாம் தொழுவோம்*
*சூரியக் கடவுளுக்கு சுடர்காட்டி பொங்கல் வைப்போம்*

*மந்தை மாடு ஆடு கோழி நாம் வளர்த்த*
*நல்லதோர்*

தோழமைக்கும் பொங்கல் வைப்போம்
உறவு கான ஒருநாளை கானும்பொங்கல்
கண்டுமகிழ் உண்டு புகழ்பாடி

உறவுக்கு பாலம் கட்டுவோம்
செய் செய் இந்திரானே
சேயாய்க் காத்திடுவாய் இந்திரனே
கார்காத்த கடவுளையா நீ
கருணை காட்டும் இந்திரனே
சேயான எங்களுக்கு
சீர்செய்வாய் இந்திரனே
செய் செய் இந்திரா போற்றி போற்றி

அழகன் அவன் முருகன்
கொற்றவைக் குழவியவன்
கொஞ்சுதமிழ்ப் பேரழகன்

மருதத் திணையாண்ட
மாமருகன் வேலவனே
ஆரோடி நீர்கடந்து
அழகியலின் தூதனவன்
கார்காத்த வேந்னுக்கு
கட்டிய மருகனே
ஐந்து திணை ஆண்டவனே
ஆறுமுகப் பேரழகன்
கார்காத்த வேந்தன் மெச்ச
கைபிடித்த தெய்வானை

ஆட்சி செய்தான் ஆறுபடை
ஆதவனே ஆறுமுகன்
நூறுமுகம் காட்டிக் காட்டி
ஆண்டவனாய் அண்டம் காத்த பேரழகன்
என்பாட்டன் முருகனுக்கு
ஏடெடுத்து நான்படிப்பேன்
என் எழுதுபேழை
மெச்சும்படி

# 14. உடையம்மாள் உதிர்த்த தமிழ்

என் தாய் உடையம்மாளின்
தவமேவ தமிழ்
உலகம் உணரச் செய்ய
உவகை செய்கிறேன்
பள்ளுப் பாட்டின் பரிணாமத்தை
இதோ நாட்டுப்புறப் பாட்டின்
நாயகியாம் என் அம்மா
உடையம்மாளின்
உணர்வுப் பூர்வ
வரிகளும் வார்த்தைகளும்
வார்த்தை கோத்து
நான் வடித்தெடுத்த
புத்தகத்தில் புகுத்துகிறேன்
புத்தாக்க சிந்தனையை
பாரதி வியந்த பள்ளுப் பாட்டை
பாரெல்லாம் பரப்புறை செய்கிறேன்
பள்ளுப் பாட்டில் பல பரிணாமம்
உண்டு
அதில் தாலாட்டே முதலில்
பிறப்பின் மகத்துவத்தை
முகத்துவமாய் மாற்றிய
பாமரப் பகிர்வு

தாமரைத் தண்டாய்
நீண்டு சுருங்கும்
குடும்பர்களின் கூட்டுக்குடும்ப
அமைப்பை நாட்டுக்கு அர்பணிக்கும்
நல்லதோர் கட்டமைப்பு
நாட்டுப்புறப் பாட்டு
கூட்டு உறவை
குறல் உயர்த்தி
பாட்டுப் பதிகம் செய்து
பாவைக் கூத்து
ஆட்டுமிடம் தன்
தேவைக்கேற்றவாறு
தேடி விதைப்பதே
நாட்டுப்புறப் பாட்டு
தாலாட்டும்
கும்மிப் பாட்டும்
குவைப் பாட்டும்
மாரிப் பாட்டும்
ஏற்றப் பாட்டும்
ஏலேலோப் பாட்டும்
வில்லுப் பாட்டும்
தேர்ப்பாட்டும்
கூத்துப் பாட்டும்
குறவஞ்சிப் பாட்டும்
காவடிப் பாட்டும்
ஓத்திசைப்பாட்டும்
ஓயாது அலையடித்து

ஓய்ந்த பின்
ஒப்பாரிப் பாட்டும்
மனிதனை
மறு சென்மத்திற்கே
கூட்டிச் செல்லும்
மகத்துவமே
நான் விரும்பும்
நாட்டுப்புறப் பாட்டு
பாடி பரவசமாய்ப்
பகிர்ந்தழிக்க
என் தாயே தவமேவ
தந்த வரம்
ஆராரோ ஆரிரரோ
ஆரடித்தார் சொல்லியழு
ஏழாதி தேசத்திலே
ஏரெடுத்து வேந்தன்வர்
தேரோட்டி வரும் நேரம்
அடித்தாரைச் சொல்லியழு
கண்ணேயென் கண்மணியே
கடிந்தாரைச் சொல்லியழு
கார்மேகப் பெருங்கொடையே
ஏனழுதே ஏனழுதே
நீ ஏரிவந்த தேர்
ஆடியசைந்ததோடா
அத்தைமாமன் கண்பட்டு
வித்தைகாட்டும் கருங்குரங்கு
வீம்புசெய்து போனதோடா

*ஏனழுதே ஏனழுதே*
*ஏம்மகனே ஏனழுதே*
*அத்தை மா*

# 15. ஏமாந்த வீரமும் ஏமாற்றிய திராவிடமும்

வீரன் சுந்தரலிங்கன்
வடிவு மள்ளத்தி
தன் நாடு தன் தேசம்
தன் மக்களென்று
ஏகாதிபத்தியத்தின்
அடக்குமுறைக்கு எதிராக
சுதந்திரச் சுவாசம் தேடி
விதைத்ததுதான் தவமேவ
தற்கொலைப் படை
காதல் மனைவியுடன்
தேசத்தை நேசித்த
சுதந்திர சுவாசத்தைப் பூசித்த
தேசப் பிதாமகன்
எம் தேவேந்திரகுல
இராச வம்ச பெருந்தலைவன்
வந்தேரிக் கூட்டத்தால் வஞ்சித்தது
திராவிடத் தீண்டாமை
இன்றும் சீண்டுகிறது
அந்தந்த மொழிக்கும்
அந்தந்த மாநிலம்
தமிழன்மட்டும் வந்தேரி வடுகனுக்கு வாலாட்டும்
தெருநாயா

ஆண்டகுடித் தமிழன் அடிமைக் கூண்டுக்குள்
திராவிடப் போர்வை போர்த்தி
மேனனும் மேளகாரனும் கூத்தாடிக் கோமலவள்ளியும் ஆண்டு
அடங்கிவிட
இன்னும் ஆர்பரிக்கும்
அரிதாரப் பூச்சிகளும்
இனியும் ஆட்சிசெய்ய
விட்டுவிட்டால்
நானும் கீழடிப் புதை மணலில்
புதையுண்ட பிணமாயாவேன்

# 16. எழுற்சியற்ற எழுபத்தி மூன்று

எழுபத்தி மூன்றைக் கடந்து விட்டோம்
இன்னும் கிடைக்கவில்லை சுதந்திரம்
ஏற்றத் தாழ்வுதான் எங்கள் சொத்து
ஆரியம் விதைத்த சேரியச் சிந்தனை
கூரிய ஆயுதமாய்
கொன்றொழித்த பாதகம்
இன்னும் உணரவில்லை எம் மக்கள்
அடிமைகளுக்கு எதற்கு விடுதலை
நானும் அடிமைதான்
நாடாண்ட கூட்டத்திற்கு
என் ஓட்டுயெனும் அட்சயப் பாத்திரத்தில்
பிச்சைபோடும் பெருநோய்ப் பித்தர்களை
பணம் தின்னும் காட்டேரிக் கயவர்களை
ஏழைகளின் உதிரம் குடிக்கும் ஓநாய்களை
அடையாளம் காட்டும்
ஆதவன் நான்
இந்திரக் குடிதான் என்குடி
மந்திர மகிமைசெய்த
மானுடத்திற்கே பெருமைசெய்த எந்திர மனிதனடா உழவன்
ஏர்பூட்டி சேர்மிதித்து சோறூட்டி
அகம் மகிழ்ந்த
சுந்தரத் தமிழனடா உழவன்

*ஏற்றத் தாழ்வு இனியும் வேணண்டா*
*எங்கும் சமநிலை கான்பேன் நாளை*

# 17. கூன் முதுகு

கூன்முதுகும் குரங்கினமாய்
வாழ்வாங்கு வாழ்ந்த வாலறுந்த வானரமாய்
வாழ்ந்ததெல்லாம் போதுமடா
இந்திரன் கட்டமைத்த
மந்திரமகிமை பல
ஐந்திணை எழுபது
அழகாய் கட்டமைத்து
இந்திரன் தந்திட்ட நெல்மணிகல்
விந்தியம் தாண்டியும் விதைத்ததை
நீ உணராயோ
நாகரீக நர்த்தனத்தில்
வேரூன்றி வித்திட்ட
நதிக்கரை நாகரீகத்தை
நாமரிவோம் நாடரியும்
விட்டதைப் பிடிக்க
விட்டத்தைப் பார்த்து நின்று
கற்ற கல்வியும்
கைகொடுக்க வில்லையடா
வந்தாரை வாழவைத்தோம்
வாகைசூடி அழகுபார்த்தோம்
என் வெந்த புன்னில் வேல்ப் பாய்ச்சும்
நீசர்கூட்டமே நான் கட்டிய கோட்டைக்குள்ளே கருநாகமாய்
வாசம்செய்ய வந்தாயோ

*எட்டடிக்கு அப்பாலே*
*எட்டி எட்டிப் பார்க்கிறேனே*
*ஏற்றத் தாழ்வுகள்*
*எவன்விதைத்த வித்தாமோ*

# 18. தீண்டாமை

தீண்டாமை தீண்டும்
ஆரிய திராவிடமே
விடமாய் நீ
விதைத்திட்ட விருட்சமடா
தொட்டுவிடாத் தூரத்திலே
துடித்தடங்கும் கோரமுகம்
நான் தாழ்ந்து கிடப்பது
என் தகுதிப் பிழைதானே
ஏற்றத் தாழ்வு என்னுல்ப் பிறந்ததே
புசிக்கும் கையும் புரம் கழுவும் கையும்
என் தேகத்தூடே
ஏற்றத் தாழ்வு என்னுல்ப் பிறந்ததே
வெட்டி வீழ்த்தமாட்டேன் வீனென்று தூற்றமாட்டேன்
ஐவிரல் அகம் தொழவே
அடையாளம் ஏற்றத் தாழ்வே

# 19. பத்தறிவு

ஐந்தறிவு மானுடமே
ஆறாம் அறிவு தேடு
அழகு தமிழ் உறவு தேடு
ஏழாம் அறிவு எழுத்தறிவு
எட்டாம் அறிவு பட்டறிவு
ஒன்பதாம் அறிவு
ஓங்கு புகழ் உயரச் செய்யும்
பத்தாம் அறிவேதான்
பகுத்தாய்ந்த
இறையோன் பட்டறிந்த
வித்தக அறிவாகும்

# 20. விளைநிலம்

விளைநிலத்தின் தொடரோட்டம்
உழுதுண்டு வாழ்ந்தகுடி
தொழுதுண்டு வரவேண்டி
உழவைக் களவுசெய்த
ஓய்யாரக் கூட்டத்தூடே
தேடுகிறேன் தேடுகிறேன்
தேவேந்திரத் திருவை
பள்ளிப் படிப்புதந்த
படிப்பறிவின் பயணுணர்ந்தேன்
சொல்லிக் கொடுத்த ஆசான் சுத்திரத்தைத் தா

# 21. காட்டுக் கருப்பபர்

சித்தக்கூர் கிராமத்தில் எழுந்தருளியிருக்கும்

அற்புத ஆற்றல் மிக்க

புவியில் வாழவந்த அனைவரின் வாழ்வியலுக்கும் வழிகாட்டியும்

நல் ஒளிகாட்டியுமாய்

வீற்றிருக்கும்

ஏழுமுகக் காளியம்மன்

காட்டுக் கருப்பர் ஐயனார் விநாயகர்

மற்றும் பரிவார தெய்வங்கள் இன்று குலதெய்வ வழிபாட்டின்

பயனை அடைந்து விட்டேன்

பக்தர்கள் துததிக்க பரவசம் பிறக்கும்

அற்புதத் தருவாய்

அவதரித்தாள் சித்தம் போக்கும் சித்தக்கூரிலே

ஏழுமுகக் காளியவள்

வேல் விழிபோல் கூர்விழியாள்

வேப்பிலைக்காரியவள்

வேண்டும் வரம் தந்திடுவாள்

கார்காத்த வேந்தன் குடி

கட்டியாண்ட கோட்டைக்கெல்லாம்

காவலாக உடன்வருவாள்

எட்டுத்திற்கும் முகம் காட்டி ஏழைமக்கள் பசிபோக்கி ஆட்சிசெய்-

யும் அற்புதமே அசரீரியாய் அருள்கொடுப்பாள்

கேட்டவரம் கிடைத்திடுமே ஏங்கிவரும் பக்தர்க்கெல்லாம்

தாங்கி நிற்கும் சுமைதாங்கி உள் விங்கி நிற்கும் ஏணிப்படி

*வங்கக் கடலலையில் வந்துதித்த ஆதவன் போல்*
*மாதவத்தின் மகிமையவள் மலர் முகத்தின் கருணையவள்*
*இந்திரக் குடிகாக்கும்*
*மந்திர மகிமையவள்*
*மாரியாய் எங்களுக்கு மழை வேண்டக் கார்கசிவாள் கருணை-*
*யோடு*
*உழவர் குடிகாத்த*
*ஒப்பற்ற தேவியவள்*
*உழவனுக்கு ஒன்றென்றால் ஓடிவந்து காத்திடுவாள்*
*நீங்காத் துயர் நீக்கும்*
*நீழி திரிசூலியவள்*
*வாங்கா வரமனைத்தும்*
*வாங்கிவந்த தேவதைதான்*
*தூங்கா விழியோடு*
*துயர்நீக்கிக் காட்டிடுவாள்*
*ஏழுமுகக் காளியவள்*
*எங்கள் குறை போக்கிடுவாள்*
*ஆதவ அசரீரியே*
*அரியணை ஆள்பவளே*
*மாதவ மகிமை செய்ய*
*மலர் விழியில் கருணை செய்வாய்*
*தேவரீர் காப்பவளே*
*எம் தேகத்தையும் காத்தருள்வாய்*
*சாதகமாய் என் வாழ்வில் சாக்காடு போக்கிடுவாய்*
*நோக்காடு போக்கிடவே நொடிப் பொழுதில் நீவருவாய்*
*வேப்பிலைபோல் நின் விழிகள் வித்தகங்கள் பல செய்வாய்*
*அற்புதத் தர*

## 22. தடை தாண்டும் தொடரோட்டம்

*விடை தேடி*
*வீழ்ந்தயிடத்தில்*
*எழும் தேவேந்திர குலம்*
*எனக்கான அடிமைச் சாசனம்*
*எழுதியனுக்கு*
*ஆதவன் தந்த மாதவ மகிமையே*
*அரசாணையும் பட்டியல் வெளியேற்றமும்*
*நமக்கு சாதகமாகவே அமையும் இனி*
*மூவேந்தர் ஆட்சிமுறை*
*தேவேந்தர் ஆட்சிமுறையே*
*வந்தேரிக் கூட்டமெல்லாம் வாழ்ந்துவிட்டுப் போகட்டும் வரலாறும்*
*வாழ்வியலும்*
*எம் பாட்டன் பூட்டன்*
*எச்சமும் மிச்சமுமே*

# 23. ஐந்திணை

ஐந்திணைப் பிரித்து
ஐந்திணையாண்ட அடங்காப் பெருங்கும்பன் மாண்டபோதும்
மலருதடா மாமதுரை கட்டிக் காத்த மருதன்குடி வாழ்வியலும்
வரலாறும்
நம்பியாண்ட நாடடா குறிஞ்சி
குறவன் கொடுத்த கொடையடா குறிஞ்சி
முல்லை கொடைகொடுத்த
முகவரியே இடையர்குடி
காடுதேடி வேட்டையாடி கூடுகாக்கும்
குருவிபோல நாடு கட்டமைத்து
வீடு கட்டமைத்து
ஊர் கட்டமைத்து
உலகோர் உயிர் வாழ
தன் வாழ்வை
அறம் போற்ற அர்பனித்த
மருதன் குடி மகிமை பேசு
நாடுகாத்த வேந்தர் குடி
காட்டையும் கழனியாக்கி நீர் கண்டயிடமெல்லாம் நெல்விதைத்து
உழவுசெய்து
வரிய மக்களுக்கும் வயிர்புடைக்க உணவுதந்து
ஈதல் புகழ்பறப் எடுத்தாய்ந்த
யுக்தி பல
கார் காத்த வேந்தனவன்
தந்த கதிர் நெல்லின்

புதிர் தானே
மூவுலகை கட்டியாண்ட
வேந்தர் குடி மரபின்
முகவரியே மருதநிலம்
மருதம் தந்த மகத்துவத்தைப் பாரடா தமிழா வியந்து தமிழ் மரபைக் கூறடா தமிழா
செப்பேடு பேசுதடா சிலையும் குடைவரையும் செதுக்கிவைத்த கல்வெட்டும் குடும்பமார் மரபுதனை
கொண்டாடும் இதிகாசம்
பண்பாடு காத்தகுடி பாரெங்கும் நெல்விதைத்து நீதிகாத்த ஆட்சி-முறை
நிகண்டு காட்டும் ஆட்சிமுறை
தேடடா தேடு தீந்தமிழ் நாடெங்கும்
ஏரோட்டிப் போர்தொடுத்து
கார்காத்த வேந்தன் புகழ் ஊர்காக்க வேண்டுமடா
நம் வாழ்வியலும் வரலாறும்
நல் வழிகாட்டும் மென்மேலும்
நாடு நாம் பிடிக்க வேண்டாம்
நல்ல தமிழ் வளர்க்கவேண்டாம்
நம் பாட்டன் தந்த தொடரோட்டக் குச்சிதனை சுமந்தே செல்-வோம்
அடுத்த சந்ததி அரசாண்டு கொடிபிடிக்க
அண்ணக் கொடியேற்றி ஆட்சியாண்ட
பெருங்குடும்பன் வண்ண கலவையாக
வாழ்ந்த வாழ்வே நம் வரலாறும் வாழ்வியலுமாகும்

பாண்டியன் பல்யாகசாலை முதுகுடுமிப் பெருவழுதி'

*இந்த மன்னனைப் பற்றிய செய்திகளை அறிவதற்குத் துணையாக இருப்பது வேள்விக்குடிச் செப்பேடு ஆகு*

# 24. சீரகம், கருஞ்சீரகம்

சீரகம் = சீர்+அகம். தமிழ்ச் சித்தர்கள் எதையும் காரணப் பெயர் கொண்டே அழைப்பர். சிலவற்றைச் சூட்சமப் பெயர் (அவர்களுக்கே விளங்கும் குறிச்சொல்/ மறைபொருள்/ பரிபாசை) கொண்டும் அழைப்பர். இங்கே அகத்தைச் சீர் செய்வதால் தமிழ்ச்சித்தர்களால் சீரகம் என அழைக்கப்பட்டது. அகத்தைச் சீர்செய்யும் சீரகம் (Cuminum cyminum) ஒரு மருத்துவ மூலிகையாகும்.

இந்தியாவில் அதிகம் பயிர் செய்யப்படுகிறது. உலகம் முழுவதும் முக்கியமாக அரேபியாவில் மசாலா பொருள்களில் இது நீண்ட காலமாக உபயோகிக்கப்படுகிறது. குமின் என்ற வார்த்தையே அராபிய வார்த்தையாக கூறப்படுகிறது. சுமார் நான்காயிரம் ஆண்டுகளுக்கு முன் இருந்து உபயோகிக்கப்பட்ட வரலாற்றுச் சான்று சிரியாவில் இருந்து கிடைத்துள்ளது.

தமிழர்கள் இதை நீண்ட நெடுங்காலமாக உபயோகித்து வந்தனர் என்பது தெரிகிறது. திருஅண்ணாமலையில் கிடைத்த ஒரு கல்வெட்டில் நெல்லுக்கு பதிலாக சீரகம் அடைக்காய் முதலிய வாங்கிய செய்தி கிடைத்துள்ளது.

"எட்டுத்திப்பிலி ஈரைந்து சீரகம்
கட்டுத்தேனில் கலந்துண்ண
விக்கலும் விட்டுப்போகுமே
விடாவிடில் நான் தேரனும் அல்லவே" என தேரையர் என்ற சித்தர் சவால் விட்டுக் கூறுவதாக பாடல் ஒன்று உண்டு.

சீரகத்திலிருந்து 56% Hydrocarbons, Terpene, Thymol போன்ற எண்ணெய்ப் பொருட்கள் பிரித்தெடுக்கப்படுகின்றன.

இதில் Thymol வயிற்றுப்புழுக்களை அழிக்கவும், கிருமிநாசி- னியாகவும் — anthelminticagaint in HOOK WORM infections,and also as an Antiseptic பல மருந்துக்கம்- பனிகளின் மருந்துகளில் பயன்படுத்தப்படுகிறது.

சீரகத்திற்கு ஆங்கிலத்தில் cumin என்று பெயர். இந்தியில் ஜீரா, தெலுங்கில் ஜீலகாரா, கன்னடத்தில் சீரகே, மராத்தியில் சிரே, குஜராத்தியில் ஜிரு, அசாமியில் கொத்த ஜீரா, ஒரியாவில் ஜிர்கா, காஷ்மீரியில் ஜையுர் என்று பெயர்.

நற்சீரகம், பெருஞ்சீரகம், கருஞ்சீரகம், காட்டுச்சீ

# 25. ஒவ்வொன்றுக்கும் ஒரு பரிணாமம் உண்டு

ஒவ்வொன்றுக்கும் ஒரு
பரிணாமம் உண்டு
அது
சாதிக்கும் சாதிக்கும்
வேண்டும் புதிய பரிணாமம்
மதம்பிடித்த மனிதனும் மாறவேண்டும் மாற்றம் ஒன்றே உலகில் மாறாதது
சாதிகளென்பது சாதிப்பதற்கே மதங்களென்பது நல்ல மார்க்கங்க-
ளுக்கே
தன் தேவைக்கேற்ப
தேடவேண்டும் மனிதன்
தேடல் தெரியாத மனிதன்
புதைகுழியில் என்ன
தேடிவிட முடியும்
நாம்

# 26. பாரம்பரியம் தேடி ஓர் புதுப் பயணம்

அரிசி சாதம் சாப்பிட்டதால்தான் சுகர் அதிகரிக்கும் நோய்கள் வரும் என்று ஏமாற்றி வைத்திருக்கிறார்கள் ஆங்கில மருத்துவர்கள்.

உண்மையில் அரிசி சாதம் சாப்பிட்டால் நோய்களை குணப்படுத்தவே செய்யும்

*எந்தெந்த அரிசி என்னென்ன பலன்களைத் தரும்!?

இதோ

1. கருப்பு கவுணி அரிசி

மன்னர்கள் சாப்பிட்ட அரிசி. புற்றுநோய் வராது. இன்சுலின் சுரக்கும்.

2. மாப்பிள்ளை சம்பா அரிசி :

நரம்பு, உடல் வலுவாகும். ஆண்மை கூடும்.

3. பூங்கார் அரிசி :

சுகப்பிரசவம் ஆகும். தாய்ப்பால் ஊறும்.

4. காட்டுயானம் அரிசி :

நீரிழிவு, மலச்சிக்கல், புற்று சரியாகும்.

5. கருத்தக்கார் அரிசி :

மூலம், மலச்சிக்கல் போன்றவை சரியாகும்.

6. காலாநமக் அரிசி :

புத்தர் சாப்பிட்டதும். மூளை, நரம்பு, இரத்தம், சிறுநீரகம் சரியாகும்.

7. மூங்கில் அரிசி:

மூட்டுவலி, முழங்கால் வலி சரியாகும்.

8. அறுபதாம் குறுவை அரிசி :
எலும்பு சரியாகும்.

9. இலுப்பைப்பூசம்பார் அரிசி :
பக்கவாதத்திற்கு நல்லது. கால்வலி சரியாகும்.

10. தங்கச்சம்பா அரிசி :
பல், இதயம் வலுவாகு ம் 11 கருங்குறுவை அரிசி :
இழந்த சக்தியை மீட்டுத் தரும். கொடிய நோய்களையும் குணப்-
படுத்தும்.

12. கருடன் சம்பா அரிசி :
இரத்தம், உடல், மனம் சுத்தமாகும்.

13. கார் அரிசி :
தோல் நோய் சரியாகும்.

14. குடை வாழை அரிசி :
குடல் சுத்தமாகும்.

15. கிச்சிலி சம்பா அரிசி :
இரும்பு சத்து, சுண்ணாம்பு சத்து அதிகம்.

16. நீலம் சம்பா அரிசி :
இரத்த சோகை நீங்கும்.

17. சீரகச் சம்பா அரிசி :
அழகு தரும். எதிர்ப்பு சத்தி கூடும்.

18. தூய மல்லி அரிசி :
உள் உறுப்புகள் வலுவாகும்.

19. குழியடிச்சான் அரிசி :
தாய்ப்பால் ஊறும்.

20. சேலம் சன்னா அரிசி :
தசை, நரம்பு, எலும்பு வலுவாகும்.

*21. பிசினி அரிசி :*

மாதவிடாய், இடுப்பு வலி சரியாகும்.

*22. சூரக்குறுவை அரிசி :*

பெருத்த உடல் சிறுத்து அழகு

# 27. ஆண்டாள்

ஆண்டாள் அவதரித்த
அடர் காட்டுப் பொதிகைமலை
வேண்டாத போதும்
விழுந்தோடும் ஆங்கே கார்கசிந்த மழைத்தூரல்
கழனிக் காடெங்கும்
கயல் துள்ளிக் குதித்தோடும்
தூய தண்ணீர்
தெரித்தடங்கும் வரப்போரம்
அரங்கனை நினைத்தபடி
ஆண்டாள்
பாட்டிசைப்பாள்
பரவசமாய்
ஆயர்குலப் பெண்போலே

## 28. தாய் ஓர் தவம்

தகுதியுடையவனுக்கு மட்டுமே கிடைத்த வரம்
தாயை காக்க மறந்தவன்
மோட்சமடையான்
முகவரிதேடான்
தாயை மறந்தான் தாய்மொழி மறந்தான்
தாய்நாடு தேடி
ஓடி மறைவான்
உலகெங்கும் சுற்றி

மீண்டும் வருவான் தாய்மடிதேடி
மீளாத் துயரில்

தாயே தெய்வம்
தவமெனப் போற்று
தாயவள் நினைவை
வரமென வாங்கி
அவளின் நினைவை
அடியேற்றி நடத்து
கா பெரியசாமி காரைக்குடி
செண்டம்மாளுக்கு என்
கவிதாஞ்சலி
முத்துக் குமாருக்கு
ஆறுதல்
தாயின் நினைவோடு நிழலாய் செல்

*எல்லாம் கிட்டும் கிட்டத்தில்த்தான் வெற்றி*
*பட்டியாட்டுக் கூட்டத்தில்*
*அடைபட்ட அழுக்கைத் துடைத்தொழித்து நம்*
*தாய்க்கும் தாய் நாட்டுக்கும் சமர்பணம் செய்வோம்*
*நம் அம்மாவுக்குக் கிடைக்கும் ஆத்ம சாந்தி*

# 29. மருதன் குடியின் மகத்துவம்

*மருதன்குடி மாமதுரை வீதியிலே*
*மகத்துவங்கள் செய்தவிதம்*
*தேமதுரத் தமிழ் கூரும்*
*தீந்தமிழின் சுவையோடு*

*மூன்றாம் திணையின் முகவரி*
*முக்கண் நாயகனின் அகவரி*
*பிட்டுக்கு மண்சுமந்து*
*பிரம்படி பட்டு கட்டிக்*
*காத்த கலை உழவு*

*ஏரோட்டி வாழ்ந்தவனின்*
*தேரோட்டி வாழ்ந்த வாழ்க்கை*
*சிராட்டி செய்த சீர்*
*தொல்காப்பியமே*

*ஏரும் போரும்*
*எம் குலத் தொழிலடா*
*பார்கோலும் உலகிற்கு*
*படியளந்த உழவர் குடி*
*தேர்வேந்த திருவே*

# 30. செல்லன் பூசாரி

*செல்லன் பூசாரி*
*ஆன்மீக ஆசாரி*
*அவர்தந்த தேடல்தான்*
*பாலுடைய ஐயனாரும்*
*பேச்சி பரிசாரி பெருந்தகையீர் காலாடியும்*

*காத்த பெருங்கொடையை*
*காட்டிய சுடரொளிதான்*

*ஆயுத பூசையின்று*
*அசரீரிபோல் அவர்வாக்கு*

*மள்ளர் வரலாற்றில் மறுமலர்ச்சிக் கொண்டாட்டம்*

*ஏரும் கலப்பையையும்*
*எடுத்தாண்ட போர்க்ககருவியையும் கார்வேந்தன் காட்டும்*
*கடைக்கண் பார்வைவேண்டி*

*கொண்டாடிய திருவிழாவே பண்பாடு காத்த பாங்கான திருவா-*
*ழாவே*

*உழவன் உற்பத்திசெய்திட்ட*
*ஒட்டுமொத்த பொருட்களையும் படையலிட்டு மகிழ்ந்திட்ட பாங்-*
*கான திருவிழாவே*

ஓங்கி உயர்ந்தகுடி
உலகம் உய்யக் காத்தகுடி யத்த உணவுதனை சேர்த்துக் கொடுத்த
சீர்தான் ஆயுதபூசை

கல்விக்கும் கேள்விக்கும் காத்திட்ட செல்வத்திற்கும் வீரம்
விதைத்த நவக்கிரக நாயகிக்கும்

வீழாது காத்திட்ட விழாவே நவராத்திரி
உழவனுக்கு உகந்த நாள் இதுவே

ஆயத்தப் படுத்தும் ஆயுத பூசையிது

www.ingramcontent.com/pod-product-compliance
Lightning Source LLC
LaVergne TN
LVHW041545060526
838200LV00037B/1153